ஆண்களின் கனிவான கவனத்திற்கு

ஆண்களின் கனிவான கவனத்திற்கு

ஜே. மஞ்சுளாதேவி

எழுத்து பிரசுரம்

Title: Aangalin Kanivaana Kavanathirku
Author's Name: J. Manjuladevi

Published by Ezutthu Prachuram

Zero Degree Publishing
No. 55(7), R Block, 6th Avenue,
Anna Nagar,
Chennai - 600 040

Website: www.zerodegreepublishing.com
E Mail id: zerodegreepublishing@gmail.com
Phone: 89250 61999

Ezutthu Prachuram First Edition: November 2022
ISBN: 978-93-93882-28-8
TITLE NO EP: 383

Rs.

Cover Art: Humshini
Layout: Vijayan, Creative Studio
Printed at Manipal Technologies, India

இந்த ஆண்டு பத்மஸ்ரீ விருது பெற்ற

என் குரு கவிஞர் சிற்பிக்கு...

முன்னுரை

திறனாய்வாளர் சரவணன் மாணிக்கவாசகம்

நம் மண்ணுக்கு மட்டுமே பொருந்தும் விஷயங்கள் பேசி மாளாதவை. அப்பத்தா, பெரியம்மா, அத்தைகள், அண்ணிகள் என்று நிறைந்தது நம் உலகம். மேலைநாடுகளில் இவை வெறும் பெயர்கள். அத்தை வந்து இந்த மாசம் புருஷன்கூட சேரக்கூடாது என அறிவுரை சொல்லும் உலகம் நம்முடையது. அப்பா அம்மாவிடம் இன்று இரவு வீட்டுக்கு வரலாமா என்று கேட்டுவிட்டுச் செல்லும் நாசூக்கு கொண்டவர்களால் நம்முலகை புரிந்து கொள்வது சாத்தியமில்லை.

பெண்கள் அதக்கி முழுங்கக் காலங்காலமாகக் கற்றுக் கொண்டிருக்கிறார்கள். பத்திருபது வருட தாம்பத்தியத்திற்குப்பின் வேறொரு வாழ்க்கை வாழ்ந்திருக்கக்கூடும், வேறொரு முகம் துணையாகி இருக்கக்கூடும் என்ற சிந்தனை வந்து போகாத நம் அன்னையர், மனைவியர் யாருமிருக்க முடியாது. ஆண்களைப் போல் அவர்கள் வெளியில் சொல்வதில்லை. அதக்கி, முழுங்கி விடுகிறார்கள்.

மஞ்சுளாவின் கவிதைகள் நம் மக்களின் அன்றாட வாழ்க்கையை சுற்றி வருபவை. அற்புதமான வார்த்தைகளை அகராதியில் தேடியலையாமல், அற்புதமான தருணங்களை கவிதைகளில் கொண்டு வர யத்தனிப்பவை, பல கவிதைகள் கொண்டும் வந்திருக்கின்றன. எளிமையின் பிரம்மாண்டம் மஞ்சுளாவின் கவிதைகள்.

சிறுவயதில் நன்குபழகி நடுத்தரவயதை அடைந்த அல்லது கடந்த பெண்ணிடம் பேசி இருக்கிறீர்களா? உடல் கடந்த பார்வை பலருக்கு இங்கே இல்லாததால் அது எப்போதாவது தான் நேர்கிறது. அவர்களை நாம் இழந்ததற்கு நாமே முழுக்காரணம் என்று அவர்கள் சொல்வது எப்போதும் நிகழ்கிறது.

இந்தக் கவிதையில் ஒரு ஏக்கம், சோகம், நிதர்சனம், திரும்ப முடியாத தூரம் சென்றுவிட்ட புரிதல் இவற்றுடன் ஒரு காதல் இனிய இசையாக ஒலிக்கிறது. அவள் விட்டுப் போனதற்கு, ஒவ்வொன்றாய் அவளைக் குத்திக்காட்டும் ஆணின் எல்லாக் கேள்விகளுக்கும் அவள் கடைசியில் ஒரே வரியில் பதில் சொல்கிறாள். அவள் இருசக்கர வாகனத்தில் ஏறுவதற்கு வலுவான சூழ்நிலையாக உடைந்த கை, அறுந்த செருப்பு அமைகிறது.

கார் வைத்திருந்தவனை மணந்த அவள் ஏன் அறுந்த செருப்புடன் நாலுமைல் நடக்க வேண்டும்? பலரைப் போல் முப்பதாம் ஆண்டு மணநாள் என்று ஏமாற்ற முடியாமல் வெளிப்படையாகத் தெரியும் மணவாழ்வு.

அவன் ஏறச்சொல்லி இறைஞ்சும் குரலில் இருக்கும் அக்கறை, அவள் மேல் படக்கூடாது என்று முன்னே சரிந்து ஓட்டும் கண்ணியம், பட்டாலும் அது தற்செயல் தான் என்று எடுத்துக் கொள்வேன், உன்னைத் தவறாக நினைக்க மாட்டேன் என்ற அவளது புரிதல் எல்லாமே அழகு இந்தக் கவிதையில். மற்ற கவிதைகளில் அழகைச் சேர்த்திருக்கக்கூடிய ரசவாத உவமை

கூட இங்கே பெரிய தாக்கத்தைக் கொடுக்காததற்கு அதில் பொங்கி வழியும் உணர்ச்சிகளே காரணம். பூ வண்டைச் சேர்த்து மூடிக்கொள்வது போல கவிதை நம்மை இழுத்து உள்ளுக்குள் புதைத்துக் கொள்கிறது.

கையில் தொட்டிலாய் ஆடும்
எலும்புமுறிவுக் கட்டோடு
நடந்தவளின் பக்கம் நின்றது
இருசக்கரவண்டி.
கார்க்காரன் எங்கே
காரைப்பாத்துதான அந்தக்காலத்துல
எங்களை எல்லாம் விட்டுப்போட்டு
அவனுக்குக் கட்டிவச்சாங்க என்றான்
அப்போதும் பேசவில்லை அவள்..
பங்காளி வெளியூர்க்கா என்றான்
அப்போதும் பேசவில்லை அவள்
காலேஜ்படிக்கற மைனர் எங்க
இப்படி ஆத்தாள
நடக்கவிடுவானாக்கும் என்றான்
அப்போதும்பேசவில்லை அவள்.
உயிரை விடும்வரை உலோகத்தை மாற்றப்பார்க்கும்
ரசவாத வைத்தியர்போல பிடிவாதமாய்
நடந்தாள் அவள்.
அறுந்த செருப்போட நாலு மைல் நடக்க முடியாது ஏறு
என்றவனின் இரங்கிய குரல்
அவளை வண்டி ஏற்றியது.
கொஞ்ச தூரம் போன பின் சொன்னாள்
தொடவேண்டிய காலத்திலேயே தொடல
காலம் போன காலத்துலயா தொடப்போற
நல்லா பின்னாடி தள்ளி உட்கார்ந்து ஓட்டு.
முன்னாடி விழுந்திராத.

பொருளடக்கம்

வானத்தை இரண்டாய்க் கிழி

பறவைக்குப் பழக்கிக்கொண்டிருந்தார்கள்
அதன் அப்பாவும் அம்மாவும்
வானத்தை இடம் வலம் என
இரண்டாய்க் கிழி
உன் சிறகால்
அதுதான் பறத்தல்.
பாடத்தைப் பாதியில் நிறுத்தியது
குஞ்சுப் பறவை
கிழித்த வானத்தை எப்படி ஒட்டுவதாம்
நீ திரும்பாதே
பூமிக்குக் கீழே
யாராவது
ஒரு குட்டிப் பூனைக்குப்
பஞ்சு தொட்டுப்
பால் வார்ப்பதாய்
நல்லதொன்று செய்தால்
வானம் ஒட்டிக்கொள்ளும்.

லூசுகளால்தான் அன்பு கதகதக்கிறது

இதே போல்
ஓர் அதிகுளிர் பருவத்தில்தான்
மயிலுக்குப் போர்வையைக் கொடுத்த பேகனின் கதை
சொன்னேன்
அவளுக்கு...
சரியான பேக்கு லூசு ராஜா
என்று சிரித்தாள்.
லூசுகளால்தான் அன்பு கதகதக்கிறது
எப்போதும்.
ஒவ்வொரு குளிர்இரவிலும்
ஒரு பழையபோர்வையை
வாயில்கதவுமேல் உலரவைத்ததை
எடுக்க மறந்ததுபோல் விரித்துவைக்கும்
ஒரு மனிதரை எனக்குத்தெரியும்
அவர் ராஜாவெல்லாம் அல்ல
என் அப்பா
என்று இன்னொரு கதை சொன்னேன்.

இந்தப் பண்டிகை நாட்கள்
மறுபடியும் மறுபடியும்
நினைக்க வைக்கின்றன.

நினைவில் இருக்கும் ஒரு வேட்டி தினம்

யாருபெத்த பொம்பளப் புள்ளயோ
இப்படி ரயிலடிச்சு
நம்மூரில் கெடக்குதே
என்று சுற்றி நின்றவர்
உச்சுக் கொட்டிக்கொண்டு
வேடிக்கை பார்த்த சிறுவர்களை
விரட்டிக்கொண்டிருந்தபோது
வந்த அவர்
தன் வேட்டியை உருவி
ஆடையென்று ஒரு நூலும் ஒட்டியிராத
அந்த உடலைப்போர்த்தி
பறக்காமலிருக்க
நான்கு முனையிலும் கல் வைத்தார்.
போலீஸ் வந்தா
வேட்டியை அடையாளம் கண்டு
வேண்டாத கேள்வி கேப்பாங்கப்பூ
என்றவரிடம்
கோவணத்தோடு நின்ற அவர் சொன்னார்
போலீஸ்காரர் வீட்லயும் பொண்ணுக இல்லாமயா இருக்கும்.

தெங்கிற்குள் நீர் தேங்குவது உம்மால்

பொத்தலிட்டுச் சீவிக் கொடுத்த
செவ்விளனியின்
கனம் தாளாமல் தவறவிட்ட குழந்தையிடம்
காசு வேண்டாமெனமறுத்தவரிடம்
சொன்னேன்
தெங்கிற்குள் நீர் தேங்குவது உம்மால்
வெட்கிச் சிரித்தவர்
சொன்னார்
ஒரு சொட்டுக் குடிக்காத
எளநிக்கு காசு வாங்கினா
மழை பெய்யுமா தாயி.

சின்னதாய் ஓர் அறம்

குளிர்சாதனப் பெட்டிக்குள்
தவறுதலாய் நுழைந்துவிட்ட
ஒரு பல்லிக்குட்டியை
விரட்டப் பிரயத்தனப்படுகிறாள் அவள்
போக்குக் காட்டும் பல்லிக்கும்
அவளுக்கும் இடையே
நடுங்கிக்கொண்டிருக்கிறது
சின்னதாய் ஓர் அறம்

முத்தம் சுமந்த பட்டாம்பூச்சிகள்

குலதெய்வத்தின் முன்
இப்போதுதான் முடியிறக்கி
சந்தனம் தடவிய
பச்சரிசி மாவிளக்குப் போலிருக்கும்
குழந்தையின்
மொட்டைத் தலையை
யாராவது ஒருவர்
முத்தமிட்டுக்கொண்டேயிருக்கிறார்கள்
ஒவ்வொருவரின்
முத்தத்திற்குப் பின்னும்
புறங்கையால் நீவிக்கொள்கிறது
அந்த மொட்டைக் குழந்தை.
ஒற்றைச் சிறகுப் பட்டாம்பூச்சி
முத்தத்தைக் கவ்விச் செல்வதாய்
கவின் தெறிக்கிறது
சிலந்திகளையே பார்த்துச் சலித்த
குலதெய்வத்தைச் சுற்றிலும்
குட்டிக் குட்டியாய்
முத்தம் சுமந்த பட்டாம்பூச்சிகள்.

வருடத்திற்கு ஒரு முறை பூக்கும்

ஒவ்வொரு புது ஆண்டின்
முதல் நாளையும்
பிரியமானவன் பரிசளித்த
கண்ணாடிப் பாத்திரத்தைப் போல
அவள் கையாளுவதில்
அத்தனை அழகு கொப்பளிக்கும்
அன்று அவள் வாசல் வந்த
எந்தப் பிச்சைக்காரரும்
வெறுங்கையுடன் செல்லமாட்டார்கள்
என்ன செய்தாலும்
ஒரு சொட்டுக் கண்ணீர் விடமாட்டாள்
என்ன வேலை செய்தாலும்
ஒரு மலர் கொண்டு செய்தனள்
போலிருப்பள்
அந்த முதல் பூ
வருடத்திற்கு
ஒரு முறை பூக்கும்

துளைத்துச் சென்ற காலம்

ஓர் அம்பு ஏழு ஆச்சா மரங்கள்
துளைத்துச் சென்ற காலம் இருந்திருக்கிறது
என்று வியந்த என்னைத்
தடுத்துக் கேட்கிறாள் அவள்
அம்பு கிடக்கட்டும்
ஆச்சா மரத்தைப் பார்த்திருக்கிறாயா?

ஆகாசப் பந்தலிலே

ஆகாசப் பந்தலிலே
ஒரு கன்னிமார் சாமி
கருவறைக்குள் நுழைவதாய்
அடிவயிற்றுக்குள்
ஒரு கதகதப்பு ஓடியது.
அறுவைசிகிச்சையாளர் அறைக்குள்
நுழைந்தபோது
இரண்டிரண்டு பேராய் நால்வர் இருந்தார்கள்
ஒருத்தியின் கணவன்
கண் சிமிட்டியபடி ஆங்கிலத்தில் சொன்னான்
இனி நீ காலிப் பணப்பை.
நகைச்சுவைத்ததாக சிரித்த
அவனின் நடுமண்டையில்
நங்கென்று குத்தத் தோன்றியது.
நான்காவது படுக்கையிலிருந்த
அவளுக்கு என்னை அடையாளம் தெரிந்தது
கூடவே ஓவரி பெலோப்பியன்
எல்லாத்தையும் வழித்து வீசியாச்சு
பின்னாடி ஏதாவது இருக்கானு
கோடி முறை திரும்பியிருப்பேன்
என்று சன்னமாய்ப் பாடினாள்
பொன்னூஞ்சல் ஆடுதம்மா
ஊர்கோலம் போலாமா..
அனஸ்தீசியாவில் பேசுவதாக
என்னை வெளியேற்றினார்கள்.
இன்று கனவில்
எனக்கும் ஆகாசப்பந்தல் வரும்.

முத்தமிடுதல் என்பது

அரவம் ஊர்ந்த
மண்வரித் தடத்தில்
தாவும் தவளையாய்
முத்தமிடுதல் என்பது ஒரு நினைவுக் குறிப்பு.

முத்தமிடுதல் என்பது
கரையில் துடிக்கும்
செத்துக் கொண்டிருக்கும்
உயிர்மீனை உட் செலுத்துதல்.

முத்தமிடுதல் என்பது
ஆயிரம் படிக்கட்டுக் கிணற்றின்
உள் இறங்கும் துணிபு.
நாணப்பேழையின் தாழ்திறப்பு.
ஆயிரம் ரகசியப் பூட்டுகளைத் திறக்கும்
ஒற்றை மந்திரச்சாவி.

ஆயிரம் வார்த்தைகளால்
ஒரு கடிதம் எழுதச் சோம்பல்பட்டவனின்

கண்டுபிடிப்பு
அன்பே ஆயிரம் முத்தங்கள்.
கதிரவனுக்கு இடும் முத்தத்தில் துவக்கி
நிலவுக்கு இடும் முத்தத்தோடு
நாளை முடிக்கும் அவளைப்
பைத்தியம் என்கிறது இவ்வூர்.

குளிர் கண்ணாடிப் பேழையை
ஆம்புலன்சிலிருந்து இறக்கியவருக்கு
எப்படித் தெரிந்தது
அவர் எப்போதும் செருப்பைக்
கழற்றிவிடும் இடம்
நிலத்தை முத்தமிடுவதுபோல்
இல்லாமல் போன அவரின் செருப்புகளைக்
குனிந்து வைத்துவிட்டுப் போனவருக்கு
எப்போதும் வாய்க்கட்டும்
பெரும் முத்தங்கள்.

ஆண்களின் கனிவான கவனத்திற்கு

பழைய காதலிகளிடம் பேசும்
ஆண்களின் கனிவான கவனத்திற்கு
கல்யாணநாள் நன்றாகவே நினைவிருக்கும்
ஆனால் ஒருபோதும் அழைக்கவேகூடாது
அவளுக்கு வேண்டியவர்களின் நினைவுநாள்
சிலாக்கியமானதே..
உங்களவளை
பாப்பு என்றோ கண்ணம்மா என்றோ அழைப்பதை
எதேச்சையாய் சொல்வது போல்
ஓரிருமுறை சொல்லிக் கொள்ளலாம்
இலக்கியமெல்லாம் பேசவே வேண்டாம்
ஜேஜேவை எல்லாம் மூட்டைகட்டிவைத்துவிட்டு
ரமணிசந்திரனுக்கு மாறியிருக்கும்
அபாயம் உண்டு...
அந்த நாளில் உங்களின் நடுவிலிருந்த நண்பரின்
இன்றைய நிலை குறித்து
நிறையப்பேசலாம் தவறில்லை
அவளின் பதிவில் இருக்கும்
அவளின் குழந்தைகள் வரைந்த
ஒரு செர்ரிப் பழத்தையோ
பாடிய பாடல் பற்றியோ பேச்சைத்
துவக்கிவைத்துவிட்டு அமைதிகொள்ளுங்கள்
நிமிடக் கணக்கில் நீளும் அவளின் பரவசப் பேச்சில்
எங்காவது ஒரு கைச் சொடுக்கில்
நாடகீயம் களைந்த அந்தப் பழைய மின்னல்
மறுபடியும் ஒரு முறை
உங்களைக் குதறிச் செல்லலாம்.

சுந்தரராமசாமியை நினைத்துக்கொண்டேன்

நோயாளியாய் இருப்பது
மிகப் பிடித்திருக்கிறது
என்றாள் அவள்
சுந்தரராமசாமியை நினைத்துக்கொண்டேன்.
ஆயிரம் மலர் இதழ்களின் வழியே
ஊசி செல்லும்
நேரத்தைக் கணக்கிட்ட எண்கள் இருக்கும்போது
ஆயிரம் மலர்களை நேர் செய்து
நிரல்படுத்த ஆகும் நேரத்தின்
கணக்கு எண் இருக்கும்தானே என்றாள்
காலப்பெரு வெளியில் நீந்தும்
ஒரு துகளாகிவிட்டாய் என்றேன்.
நோயாளியாய் இருப்பது நல்லதுதான் போல
என்ற என்னிடம் சொன்னாள்
வாதையற்ற பணமுள்ள நோயாளியாய்
இருப்பது என்று சொல்லிச் சிரித்தாள்
நோயாளியின் சிரிப்பு
நாட்காட்டி தெய்வங்களின் சிரிப்பு

அழிவுபடாத பொன்னகரம்

காமப்புனலில் துளைந்தாட
கிறங்கிப்போய் மந்திரித்த கோழியாய்
தயார் நின்ற ஒருவனிடம்
ஒருத்தி சொல்கிறாள்
காசு கொடுக்கற மெதப்புல
காயம் பண்ணக் கூடாது
பால் ஊட்ற குழந்தையை
வீட்ல விட்டுட்டு வந்திருக்கேன்
அவளின் சொற்கள்
பட்டுத் தெறித்த பேருந்து நிலையக்
கழிவறைச் சுவருக்கு அப்பால்
அழிவுபடாத பொன்னகரத்தைச்
சுமந்த உலகம்
வினாடிக்கு நானூற்றறுபது மீட்டரில்தான்
சுற்றிக்கொண்டிருந்தது.

பதின்மத்தின் சிறகுகள்

அவளின் இரு சக்கர வாகனம்
கடிவாளத்தை இழுத்துப் பிடித்த
ஒரு பழகிய போர்க் குதிரை போல்
சாயாமல் நேராய் அப்படியே நிற்கிறது
பாதி வழியில்.
பெட்ரோலா, பங்ச்சரா என்று கேட்போரிடம்
ஒரு பூ அசையும் பாவனையில் தலையசைக்கிறாள்.

ஒரு காலைக் கீழும்
மற்றொன்றை வண்டியின் மீதுமாய்
ஊன்றி நிற்கிறாள்.
ஹேண்டில்பாரில்
ஒரு மேசை மீது போல்
முழங்கை ஊன்றி
கன்னத்தைத் தாங்கியிருக்கிறாள்.
இடது கையால் அலைபேசி பிடித்து
பேசுகிறாள்.

பதின் வயதைக் கடந்து
ஓரிரண்டு ஆண்டுகளிருக்கலாம்.
மஞ்சளாய் இறங்கிக் கொண்டிருக்கும் மாலை வெயில்
அவள் முகத்தில்
இளஞ்சிவப்பு ரேகைகளை
வரைந்து வரைந்து அழிக்கிறது.

ஓவியமும் நடனமும் சிற்பமும்
கலந்து அவள் மேல் கவியும்
இந்த கணம்
இனி எப்போதும்
வாய்க்காது அவளுக்கு.

கண்டுகொண்டேன்
என் பதின்மத்தின் சிறகுகளை
அவளிடம்தான்
கொடுத்துவைத்திருக்கிறேன்.

குட்டியாய் இன்னொரு ரகசியம்

இப்போதுதான் பேசப்பழகிய
அக் குழந்தை
ஒவ்வொருவரின் காதுமடலிலும்
ஈரம் படியப் படிய
ஒரு ரகசியம் சொல்வேன்
யாரிடமும் சொல்லாதே
என்று சொல்லி நகர்கிறது
ஒவ்வொரு முறை
நகரும்போதும்
அந்த ரகசியம்
குட்டியாய் இன்னொரு ரகசியத்தைக்
கையைப் பிடித்து அழைத்துச் செல்கிறது.

குழந்தைச் சுடர்கள்

அன்னப்பட்சி உச்சியிலிருக்கும் விளக்கையும்
வெண்ணிற மெழுகுவர்த்தியையும்
ஏற்றி வைத்தேன்.
பாட்டியிடம் கொஞ்சம் வெற்றிலை வாங்கி மென்ற
இரு சிறு குழந்தைகளும்
நாக்கை நீட்டி சிவப்பைப் பார்ப்பது போல்
இரு சுடரும் ஒன்றே போல்
அசைந்தசைந்து ஒளிர்ந்தன.

அந்தியின் கடைசிச் சொட்டில்

சீக்கிரமாக விளக்கேற்றும்படி
பாட்டி அனத்திக்கொண்டேயிருந்தாலும்
விளக்கருகே தியானிப்பதாய்
நின்றுகொண்டேயிருந்து
சட்டென ஒரு நொடியில்
இருள் கவியும்
அந்தியின் கடைசிச் சொட்டில்
ஏற்றுவாள் மணி அக்கா
கொஞ்சம் முன்பே பத்தவைத்தால் என்ன
என்று கேட்போரிடம்
சொல்வாள்
வெளிச்சத்திடம் வெளிச்சம் தோற்கக் கூடாது.

ஒளி நிறைக்கும் கரங்கள்

பதினோரு பேர்
அந்த அறையில் காத்திருந்தோம்
மருத்துவர் வருகைக்காக
ஒருவர் எழுந்து
சுவரின் சுவிட்சை அழுத்தினார்
ஒளி நிறைந்தது
யாரோ ஒருவருக்குத்தான் வாய்க்கிறது
ஒளி நிறைக்கும் கரங்கள்.

பெண் சிறுதெய்வம் ஒன்று

வழக்கமாய் இளநீர் சீவுபவர்
விரலில் மாட்டிய எலுமிச்சையுடன் வீற்றிருந்தார்.
பெரும் பிறையாய் பளபளத்திருந்த
அரிவாளால் சீவியபடி இருந்த அவள்
வெற்றிலையை வாயில் ஒதுக்கியபடி
அதுக்கு நகச்சுத்தி என்றாள்.

ஆயுதம் பிடித்த அவளின் கர லாவகத்தில்
குழல் அள்ளிச் செருகிக் கொண்டையிட்ட
பெண் சிறுதெய்வம் ஒன்று
சுழன்றாடியது.
இவள் துணைவி அல்ல
இணைவி இணைவி என்றே
அவள் சீவிஎறிந்த தெங்குச் சீவல்கள்
தெறித்துத் தெறித்து விழுந்தன.

அருளையோ அன்றி மருளையோ
ஏற்றிக்கொண்ட பெண்களால்தான்
தடுமாறினும்
விழுந்து விடாமல் நிமிர்கின்றன
நம் இல்லங்கள்.

குழந்தைகளில்லாத வீட்டின் ரங்கோலி

எல்லாக் கோலங்களும் வண்ணமிட்டு முடித்ததும்தான்
அழகாகும்.
எங்கள் தெருவில் அவர்கள் வீட்டில்மட்டும்
போடும்போதே அழகாகும்.
அந்த அக்கா குளிருக்குக்
கம்பளிச் சட்டையோடு
பனிரெண்டு புள்ளி இரண்டு வரிசை
நேர் புள்ளி இரண்டு வைத்து
நான்கு பொங்கல் பானைகளையும்
எட்டுக் கரும்புகளையும்தான்
எல்லா வருடங்களுக்கும் போடுவார்
அக்காவைப் போல குத்துக்காலில்
உட்காரத் தெரியாத அண்ணா
சம்மணமிட்டு உட்கார்ந்து
வண்ணப்பொடியை நிறைப்பார்.
யாராவது பார்த்துவிட்டால்

சலித்த குரலில் சொல்லுவார்
அவளுக்குக் கால்வலி வந்தா
அரைபாட்டில் ஜண்டுபாமை
நான்தானப்பா தேய்க்கனும்
சொல்லி முடித்த ஒவ்வொரு முறையும்
அக்காவைப் பார்த்து தலைசாய்த்து
ஒருமுறை கண்ணைச் சிமிட்டுவார்.
அக்கா மறந்துபோய்
கோலமிட்டகையால் முகத்தை மூடிக்கொள்ளும்.
இப்படித்தான் குழந்தைகளில்லாத
அவர்கள் வீட்டின்
ஒவ்வொரு பொங்கல் பண்டிகையும்
ரங்கோலியாகிவிடும்.

சிறு பட்டுச்சேலையில் பெரிய மனுசி போல்

சிறுமிகளுக்கு என்றே தைத்த
சிறு பட்டுச்சேலையில்
பெரிய மனுசி போல்
சுற்றிச் சுற்றி வரும் அவள்
ஒவ்வொருவரின் நினைவுக்குள்ளும்
யார் யாரையோ நிறைக்கிறாள்
பெரும் வண்ணக் கோலத்துக்கு நடுவே
பொங்கல் பானையை
கரண்டியின் உயரம் இருக்கும் அவள்
கரண்டியால் கிளறுவதுபோல் படம் எடுக்கிறார்கள்
கரும்புக் கோந்தாழையைப் பிடித்தது போலப்
படம் எடுக்கையில்
முட்கள் கிழித்து கண்ணீர் வரும் நொடியில்
அத்தனை பாவனைகளும்
பதறிப் பதறிச் சொல்கின்றன
அவள் குழந்தை குழந்தை.

கி.மு., கி.பி. போல

கி.மு., கி.பி. போல
எழுதிப் பார்க்கிறேன்
அப்பா இருந்தபோது வந்த காய்ச்சல்
அப்பா இல்லாதபோது வந்த காய்ச்சல்
அ.இ.கா
அ.இ.கா
எங்கிருந்தால் என்ன
காய்ச்சல் வந்தால் அப்பா கூட இருப்பார்.
அப்பாவுடன் பேசுவதை
காய்ச்சலில் அனத்துவதாகத்
திருநீறு பூசுகிறாள் அம்மா.

அந்த நிலா அப்பா நிலா

மாசி நிலவு மாடியில் சாப்பிடு
நினைவுறுத்துகிறாள் ஒருத்தி.

தீப்பொறியாய்ப் பேசிய
கட்சிக் கூட்டம் முடிந்து திரும்பிய
ஒரு அகால நேரத்தில்
சைக்கிள் பங்ச்சராகிக் கைவிட
என்னை உட்காரவைத்து சைக்கிளைத் தள்ளிக்கொண்டே
விடியும்போது
வீடு வந்து சேர்ந்த அன்று
என் இடதுபுறம் நகர்ந்துகொண்டிருந்த அப்பாவைப்
போலவே
வலது புறம் நகர்ந்துகொண்டிருந்த
முழு நிலவு எந்த மாதத்து நிலவென்று
இப்போதும் தெரியவில்லை.
அந்த நிலா அப்பா நிலா.

அவரவர்க்கென்று
இருக்கிறது அவரவர் நிலா.

பூனை வரையும் குழந்தை

விரல் நுனியில்
கண் மூக்கு வாயும்
வரைந்து மீசைக் கோடிழுத்துப்
பூனை வரைகிறது
பயணியாய் வந்த அக் குழந்தை
பந்துமுனைப் பேனா
விரல் நுனி ரேகையைத்
தொடும்போது
குட்டி அணில் பல் தன் விரலைக்
கொறித்துக்கொள்வதாய்
சிரித்த எல்லோரும்
நினைத்துக்கொண்டார்கள்
எனக்கு இன்னொரு பத்து விரல் இருந்திருக்கலாம்.

தொட்டிலில் இட்ட குழந்தையாய்

நிறை சூல் வயிற்றோடு
தகப்பனின் கைத்தாங்கலில்
பழனி வீதியில் நடந்த அவள்
வெண் கத்தரிக்காய் பார்த்து
சட்டென நின்ற பின்
பை இல்லை என நகர்ந்தாள்
தன் துண்டை விரித்து
கத்தரியை மூட்டை கட்டித்
தோள் மீது போட்ட
அப்பாவின் முதுகில்
உருண்டுருண்டு
குதித்தபடி செல்கிறது
கத்தரி
தொட்டிலில் இட்ட குழந்தையாய்.

தோள் மீது ஒரு தும்பிக்கை

பூங்காவில்தான் பார்த்தேன்
யானைத் தலைக் கைத்தடியை
அந்தப் பளபளப்பு
ஒரு தலைமுறைப் புழக்கத்தில் வந்ததாயிருக்க முடியாது.
ஆறேழு வயதானாலும்
விளையாட்டை நிறுத்தத் தெரிவதில்லை
ஆண் குழந்தைகளுக்கு
யானைத் தலைக்குப் புல் பறித்துத்
தின்னக் கொடுத்துக்கொண்டிருந்தான் அச் சிறுவன்
தலையை ஆட்டியபடி உண்டுகொண்டிருந்தது.
இருள் கிசுகிசுப்புப் போல்
மெல்ல சூழத் தொடங்கியதும்
தாத்தாவும் பேரனும் கிளம்பி நடந்தபோதுதான் பார்த்தேன்
தாத்தாவின் கை
யானைத்தலை மேல் இல்லை
பேரனின் தோள் மீது ஒரு தும்பிக்கை போலத்
தழுவியிருந்தது.

தனுஷ்கோடி சங்கு

தனுஷ்கோடி சங்கு
வீட்டிற்கு நல்லது என்றாள்
கொடுத்த தோழி
சின்ன முயல் குட்டிபோலிருந்த அது
காதருகே சென்றதும்
ஓயாமல் சப்தமிட்டது.
ஓம் என்றார் ஒருவர்
கடலைப் பிரிந்த அழுகை என்றார் ஒருவர்
சங்குப்பூச்சியின் துயரம் என்றார் ஒருவர்
சங்கெடுப்போனின் மீந்துவிட்ட மூச்சு
என்றார் இன்னொருவர்
மணற்புகை அதிரூபனுக்கும்
த தனலட்சுமிக்கும்
தெரியும் என்றேன் நான்.
பசிக்கும் என்று
பால் ஊற்றினாள் அம்மா.
வெண் பால் துளி.

நோகாத நோவு

இரும்புக் குழாயை சாய்வாய் செதுக்கி
இரு மாடுகளுக்கிடையே பூட்டி
உழுதவரைப் பார்த்து கேட்டார்
அந்த வயசாளி
டிராக்டர் வாங்கக் காசில்லாட்டியும்
நோகாம உழுதுகிட்டிருக்கயே...
அப்புச்சி
உழுதவன் என்னைக்கு
நோகாம இருக்கிறான்
இந்த வாயில்லா சீவனுக
கொஞ்சம் நோகாம இருக்கட்டுமேன்னு
பார்த்தேன்.

எந்த சாமியும் கும்பிடாத செல்வியக்கா

எந்த சாமியும் கும்பிடாத செல்வியக்கா
எல்லா கிறிஸ்மஸ்க்கும்
ராத்திரி பன்னண்டு மணிவரைக்கும்
முழிச்சிருந்து
சர்ச்சில் வெடிக்கும்
பட்டாசப் பார்த்துட்டுத்தான் தூங்கும்
ஏசு சாமியவா கும்பிடுற
ஏன் தூங்காமலிருக்கற
என்று யாராவது கேட்டால்
ஒரு குழந்தை பிறக்கப் போகுதுன்னு தெரிஞ்சிட்டு
பார்க்காமல் எப்படித் தூங்கறது
என்று கேட்டுச் சிரிக்கும்.

இந்தக் குளிர் நாட்களில் ஒரு தாத்தா

கொஞ்சம் அன்பு தேவைப்படும்
குழந்தைகளுக்கு
இந்தக் குளிர் நாட்களில்
ஒரு தாத்தா
பரிசு கொண்டு வருவார்.
நிறைய அன்பு தேவைப்படும்
குழந்தைகளுக்கு
பரிசாக ஒரு தாத்தா வீட்டில் இருப்பார்.

ஆறு ஜோடி கோலக் கிளிகள்

ஒரு மார்கழியையும்
இன்னொரு மார்கழியையும்
இணைக்கும் ஆற்றல்
உன் சிக்குக் கோலங்களுக்கு உண்டு.
ஆரம்பித்த நெளிக் கோலத்தை
முடிக்கத் தெரியாமல் திணரும் வாசல்களுக்கெல்லாம்
நிவாரணம் தரும் உன் விரல்களைக் கூட
ஒருவரால் காயப்படுத்த முடியும் என்பதை
வடுக்களைப் பார்த்து நம்பினோம்
அதிகாலையில் போட்ட உன்
ஆறு ஜோடி கோலக் கிளிகள்
வேடனை ஏமாற்றிய புறாக்களைப் போல
சேர்ந்து பறந்திருக்கும் என்ற
சின்ன வயது நம்பிக்கை போல்
ஒரு பெரிய வயது நம்பிக்கையையும்
தந்திருக்க வேண்டும் நீ.

சிதம்பர ரகசியத்தைக் கட்டுடைத்தவள்

நடப்பில் இல்லாத பழைய வருட டைரியில்தான்
அவள் கோலங்கள் போட்டிருப்பாள்
எத்தனை புள்ளி எத்தனை வரிசை
என்று அறியவே முடியாத
சிதம்பர ரகசியத்தை
எங்கள் வீதியில் கட்டுடைத்தவள் இவளே
புள்ளிகளுக்கெல்லாம் அழுத்தமாக ஸ்கெட்ச்
பென்சிலால் புள்ளிகளை உருட்டியிருப்பாள்
ஊடுபுள்ளிகளுக்கு வேறு நிறம்
மார்கழி மாதத்து பைபிள்
என்று இவளின் கோல டைரிக்கு
செல்லப்பெயர்.
மார்கழி மாதம் முழுவதும்
புதுப்புதுக் கோலங்களை வாசலில் பூக்க வைப்பாள்
ஒரு நாள் போட்ட கோலத்தை
எந்த நாளும் மறுபடியும் பார்க்க முடியாது.

முன் நெற்றியில் ஒரு கற்றை நரை முடியுடன்
ஜெராக்ஸ் கடையில் பார்த்ததும்
மார்கழி என்றாலே உங்களைப் பேசுவோம் என்றேன்
விரித்த பெரும் புத்தகப் பக்கங்களை
ஒன்றே போலத் திருப்பித் திருப்பி
மெசின் மேல் வைத்துக் கொண்டேயிருந்த அவள்
உதடு பிதுக்கினாள்
இப்ப எங்க முடியுது
ஒரு நட்சத்திரம்தான் போடறேன்
தோள்ப்பட்டை வலி
தினமும் படுக்கப்போறதுக்கு முன்னாடி
கைக்கு க்ரீம் தடவுறேன்

மார்கழிக் குளிரின் வாசனை

மார்கழிக் குளிருக்கு
பூசணிப் பூவின் வாசனை
சர்க்கரைப் பாகின் முறுகிய வாசனை
புளியோடு கொதித்த வெந்தய வாசனை
துளசியின் கார வாசனை
ஏதோ ஒரு உதறலெடுத்த மார்கழியின்
ஒரு மனித வாசனையைத்தான்
ஒவ்வொரு மார்கழிக் குளிரும் மீட்டித் தருகின்றன.
ஆண்டாள் என்றும்
நம்பி என்றும்
அதற்குப்
பெயர் சூட்டிப் பார்க்கிறது
தமிழ்.

வசம்பு

தெருவில் யார் வீட்டில்
பிள்ளை பிறந்தாலும்
பரபரக்கத் துவங்கிவிடுவாள் அவள்.
வசம்பைக் கொண்டுவந்து சுட்டு
வட்டமாய் நறுக்கி பால்பாசியோடு நூலில் கோர்த்து
மஞ்சளைப்பூசி
பிஞ்சுக் கைகளில் கட்டிவிட்டுத்தான் ஓய்வாள்
யாரேனும் வசம்பு வளையல்
என்று சொல்லிவிட்டாலே
இதென்ன பேர் சொல்ற பழக்கம்
என்று அதட்டுவாள்
பேர் சொன்னா
எப்படிப் பலிக்கும்
புள்ளைவளத்தினு சொல் என்பாள்
யாரோ ஒருவனை
ஒரு துண்டு வசம்பைப்போல்
பெயர் சொல்லாமல்
அவள்
வைத்திருப்பதாகப் பேசிக் கொள்ளும்
ஊரின் வாயில் யார் தேய்ப்பது
சுடாத வசம்பை.

ஏற்கனவே முளைத்துவிட்டவள்

எந்த இடத்தில் அவளை
வீசி எறிந்தாலும்
சட்டென
முளைத்து எழுவாள் அவள்
ஏனென்றால்
ஏற்கனவே முளைத்துவிட்டவள் அவள்.
முளைப்பை வெளியே வைத்திருக்கும்
ஒரு வெந்தய விதை போன்றவள் அவள்.
நீங்கள்தான் அவளை வளர்த்தெடுத்ததாக
ஒரு மிதப்பை
உங்கள் கைகளில் அத்தனை லாகவமாக
ஒரு பிடிக் கருணையுடன்
வீசி எறியத் தெரிந்தவள் அவள்.

மூலிகைக் கொடியாய் மூத்தோள்

தன் குழந்தைக்கு
தூதுவளை இலை தேடி
சங்குக்குள் இரண்டு முசுமுசுக்கை இலையோடு
வந்தவளைக் கடிகிறாள் பாட்டி
இதெல்லாம் தெரியாது
ஊ... சொல்லு ஆ... சொல்லுன்னாத்
தெரியும்.
மொரமொரத்த முட்களுக்கடியில்
பட்டெனத் துவள்கிறது
அவளின் சொற்கள்
எல்லா இலையும் உனக்குத் தெரியுமே பாட்டி
சிவந்த கனிகள் நிறைந்த
மூலிகைக் கொடியாய்
இல்லம் சுற்றிப் படர்கிறாள்
அம் மூத்தோள்.

மூணாவது ஆளுக்குத் தெரியாம

பேருந்தை நிறைத்த வாசனை
வெற்றிலை போடும் கிறக்கத்திற்குக்
குறைவில்லாத மணம்
அந்தப் பெருமூதாட்டியைச் சுற்றி இருந்தது.
ஆத்தா நல்லாருக்கியா என்றபடி
நகரத்தைச்சேர்ந்த ஒரு இளம் பெண் சிரித்தாள்
டிக்கட் இல்லாம வந்து பாக்கலாமுன்னா வந்த கண்ணு
என்றதும்
கார் மக்கார் பண்ணுச்சு ஆத்தா
என்று பயணித்தவள்
இறங்கும் முன்
வயசாளியின் கையை அழுத்தியபடி
டீக் குடிச்சுக்க ஆத்தா
அய்யன் படுத்த படுக்கையாத்தான் இருக்காரு
ஏதாவதுன்னா ஆளனுப்பறோம்
என்று இறங்கினாள்
இவங்க தாத்தனும் இப்படித்தான்
மூணாவது ஆளுக்குத் தெரியாம
பணத்தச் சுருட்டித்தான் தருவார் என்றாள்.
எண்ணெய் இறங்கிய இரு பக்க மூக்குத்திகளும்
ஒரு முறை விடைத்து ஒளிர்ந்தன.

நல்ல பழம்

நல்ல பழம் எது
எனக் கேட்டேன்
நாவில் விதை நெருடும்
எல்லாப் பழங்களும்
நல்ல பழம் என்றார் அவர்.
அவரை நாற்று விற்பவர்
என்று சொல்லப் பணித்திருக்கிறது
இவ் வாழ்வு.

ஈர நவுரடிக்கும் மிதியடி

அடித்துப் பெய்த மழைக் கசகசப்பில்
ஈர நவுரடிக்கும் மிதியடியை மாற்றி
அரிசிச் சாக்கை உதறி விரித்தவள்
அவசரமாய் எடுத்து சுருட்டி வைத்தாள்
ஏன் என்றான் அவன்
குழந்தைக்கு ஊட்டிவிடும் அம்மாவை
எப்படிக் காலில் மிதிப்பது
பச்சை சாயத்தில் வரைந்த படத்தை
விரித்துக் காட்டிச் சிரித்தாள்
திருப்பிப்போட வேண்டியதுதான் என்றான்
அடியில் இருப்பது எனக்குத் தெரியுமே
என்று சத்தம் போட்டுச் சிரித்தாள் அவள்.

மாதா சொரூபம்

இன்று அவளைக் கையிலேந்தினேன்
அவளுக்குப் பேச வேண்டிய வயதுதான் பேசமாட்டாள்
அவளுக்கு நடக்க வேண்டிய வயதுதான்
நடக்கமாட்டாள்
சிரிக்கவேண்டியதில்லை
என்றபோதெல்லாம் சிரிப்பாள் அவள்
என் தோளில் முகம் பதித்து
யார் கைக்கும் செல்லமாட்டேன்
என்று முகம் திருப்பாமல்
அடம் செய்து ஒரு குச்சி போல
உடலை முறுக்கிக் கொண்டபோது
என் வாழ்க்கையின்
சின்னச் சின்னக் கோணல்கள் அத்தனையையும்
நேராக்கினாள்
மாதா சொரூபம் ஏந்துவது போல
பாப்பாவைப் பிடித்திருக்கிறீர்கள்
என்றாள் அவளின் அம்மா.
நீதான் மாதா என்று ஒரு முறை தொழுதேன்.

வசியமூலி

தோட்டத்துப் பாதையில் நடந்தவர்
திரும்பிப் பார்த்து
இது வசியமூலி என்று
ஒரு செடியைப் பிடுங்கி வேரை
முகரச் சொன்னார்.
சட்டென ஈர மண் பறித்து
வேரை அமிழ்த்தி நட்டேன்
சீக்கிரமே பிழைத்துக்கொள்
என் வசியமே
எனச் சொல் விடுத்தேன்
வயலட் நிற சிறு குஞ்சமென இருந்த பூங்கொத்து
தலையாட்டியது.
அப்போது
காற்று வீசவில்லை.

நெடு வாழ்வு வாழ்ந்து கல்மரமாக

உழுவோன் இல்லத்து விருந்தாளியான
அம் முதுஉழவன்
தண்ணீரை அண்ணாந்து பருகியபின் சொல் உதிர்க்கிறார்
மரங்கள் காய்ப்பு ஓயறதுக்குள்ள
இடைக் கன்னுங்க போட்ரனும்.
அரசம்பட்டி தென்னம்பிள்ளைக்கு
ஆள் அனுப்பியிருப்பதாகச் சொல்கிறார்
அவ் இல்லின் தலைவன்
நல்ல ஜாதகங்கள் இருந்தால்
தகவல் கொடுக்கும்படி சொல்கிறார்
அவ் இல்லத் தலைவி.
ஒரு பெருமரத்தின் இலைகள்
தனித்தனியாக அசைவதென
ஆகட்டும் ஆகட்டும் என
இருவருக்குமாக மொழிகிறார்
நெடு வாழ்வு வாழ்ந்து கல்மரமாக
சில மரங்களுக்குத்தான் வாய்க்கிறது.

சாமி கண்ணைக் குத்துமா?

யாரோ ஒரு குழந்தை
யாரோ ஓர் அப்பாவிடம்
கேட்கிறது
சாமி கண்ணைக் குத்துமா
அப்பா
கண்ணைக் குத்துவது சாமி ஆகுமா
பாப்பா.

எதிர்பாராத அன்பும் எதிர்பார்ப்பில்லாத அன்பும்

தொடர்ந்த பனிரெண்டு மணி உழைப்பையும்
நினைத்து நினைத்து மகிழச் செய்கிறது
அந்த ஒரு நொடி.
சாவடிக்குள் உள்ளே வரலாம்
எனும் சுவரொட்டியை ஒட்ட இடம் தேடி
உயரம் குறைந்த நான்
மேலே உந்திக்கொண்டிருக்கிறேன்
இப்ப ஒட்டலாம் என்றபடி
என்னைத்தூக்கிப் பிடித்தது கரங்கள்தான்
அந்தப் பெண்ணுக்கு
என் மகள் வயதிருக்கலாம்.
விழ மாட்டீங்க ஒட்டுங்க
இறக்கிவிடறேன் என்ற குரலை
இதோ வீடு வந்தும் கேட்கிறேன்.
ஒட்டி முடித்தும் இறக்கிவிடாதவள்
யார் என்று தெரியாத
அந்தக் குறும்புக்காரி.
எதிர்பாராத அன்பும்
எதிர்பார்ப்பில்லாத அன்பும்
என்னவோதான் செய்துவிடுகிறது.

நேசத்தின் வடிவம் புள்ளிகள் இட்ட வட்டம்

வெகு நேரமாய் நான் சாப்பிடாததைச்
சகிக்கமுடியாதவளாய் அவள்
இரை தேடக் கிளம்பினாள்.
ஒரு வேட்டைப் பொருள் கோரும்
உழைப்பும் பெருமிதமுமாய்
என் முன் வைத்தாள் பிஸ்கெட் பொதியை.
நானே செய்யும் உப்புமாவுக்கு அடுத்தபடியாய்
அதிகமாய் வெறுக்கும்
அந்தப் புள்ளியிட்ட வட்ட பிஸ்கெட்டுகளை
சாப்பிடாமல் இருப்பதெப்படி....
நேசத்தின் வடிவம் புள்ளிகள் இட்ட வட்டம்
என்பதாய்
நேற்றைய என் நாளைக்
காலம் குறித்துக்கொண்டது.

என் கவிதை நூல்

என் கவிதை நூலை
என் ஆசிரியர்க்கு அனுப்பினேன்
அது என் கட்டை விரலின் துளி இணுக்கு.
காதலித்துக்கொண்டேயிருக்கும்
ஒருவருக்கு அனுப்பினேன்
அது என் குருதிப்பூ.
என் மகளுக்கு அனுப்பி வைத்தேன்
அது என் சூல்கொடி.
பெரும் காரணமின்றி வருத்தம்கொண்ட
ஒருவருக்கு அனுப்பினேன்
அது என் வெண்புறா.
ஆணாய்ப் பிறந்திருந்தால் அவளிடமே
உன்னைத் தந்திருப்பேன் என்று
துணைவரால் சொல்லப்படும் ஒருத்திக்கு
அனுப்பி வைத்தேன்
அது என் இதயம்.

ஆனாலும் பிடிக்கும்

நான் அவருடைய
சாதியள் அல்ல
ஆனாலும் பிடிக்கும்.
நான் அவருடைய
கட்சி உறுப்பினள் அல்ல
ஆனாலும் பிடிக்கும்.
நான் படிப்பில்
இரண்டு தங்கம் வாங்கியவள்
அவரைப் பிடிக்கும்.
துயரம் படிந்த
அந்த வீட்டின் தரையில்
கால் மடக்கிக் குழந்தையுடன்
அமர்ந்த அவரை மிகப் பிடிக்கும்.
தாய்மாமன் கைச் சூடு
எனக் குழந்தை நம்பிய
திருமா எனும் ஒருமா மனிதனை
நிரம்பப் பிடிக்கும்.

மகப்பேறு என்பது

மகப்பேறு என்பது
மரணத்தின் விளிம்பைத் தொட்டு மீள்தல்.
அரசுப்பணி மகளிரின் மகப்பேறு விடுப்பை
சட்டத்தின் பெயரால் பெற்று வழங்கிய
மாமனிதருக்கு அம்பேத்கருக்கு
இன்று பிறந்தநாள். வாழிய.

சித்திரை நாள்

அம்மாவின்
எல்லா சித்திரை முதல் நாளும்
கனி முகத்தில்தான்.
அப்பா போன்ற கனிப் பிரியர்
யாரோதான் கண்டுபிடித்திருக்கவேண்டும்
கனியும் கண்ணாடியும் வைத்து முழிப்பதை.
முழிச்சாச்சு என்று சத்தம் கொடுத்ததும்
அப்பா வந்து பிடித்துக் கொள்வார்.
கண்ணைத் திறக்காமல்
அப்பாவின் கையைப் பிடித்துக்கொண்டே நகர்ந்து
கனியும் கண்ணாடியும் வைத்த இடத்திற்கு வந்து
காசு எடுக்கவேண்டும்.
ஒரு ரூபாயை அடியில் வைத்து
ஐந்து ரூபாயை மேலே வைத்திருப்பார் அப்பா.
அப்பாவின் அன்புத் தந்திரம் பழக
எனக்கென்று ஒரு மகனும் மகளும் வரவேண்டியிருந்தது.
நேற்றுப் பார்த்த பழக் கடையில்
அணில்பிள்ளை போல் கடை முழுக்க நடந்து
பழங்களைக் கொறித்துக்கொண்டிருந்தாள்
ஒரு சிறுமி.
குட்டி அணில்களை யாராவது
கோபிப்பார்களா என்ன.
முன்பு பார்த்திராத எனக்கு
ஓர் உருண்டைத் திராட்சையை
ஊட்டிய நேற்றே
வந்துவிட்டது என் சித்திரை நாள்.

வேப்பம் பூ

புகைப்படம் எடுத்த நொடியில்
மிகச் சரியாய் மேலே விழுந்த
ஒரு வேப்பம் பூவைத் தட்டி விட்டுச்
சிரித்தேன்.
நேசம் கொண்ட அப்பாதான்
மேலிருந்து வாழிய
என்றதாய் அப்போது தோன்றியது.
பூவின் சிறு வெண் பிசிரை
புகைப்படத்தில்
பார்த்தவர் எல்லாம்
பருவா என்று கேட்டு
வயதைக் குறைத்தார்கள்
காலம் போன காலத்தில்
வருவதற்குப்
பரு என்ன காதலா
என்றேன்.
உள்ளங்கையில்
ஒற்றை வேப்பம் பூவை
ஏந்திப் பாருங்களேன்
தெரியும்
மனிதன் எத்தனை சிறியவன்.

பாட்டியின் முதல் கடிகாரம்

அவளுக்குப் பரிசான கடிகையைப்
பாட்டியின் மணிக்கட்டில் கட்டினாள் அவள்
இது முதல் கடிகாரமா என்றேன் நான்.
ஆமாங்க
கல்யாணமாகி போட்டோக் கடைக்குப் போனா
அப்பல்லாம் கைல வாச்சி கட்டுவாங்க
எனக்குன்னு பாத்து கடைல வாச்சக் காணோம்ங்க
மொட்டக் கையோட போட்டோல இருப்பேன்
அப்புறம்
கிழவன் வாங்கியே தர்லயே.

மருந்து பூசிய மயிலிறகு

டெஸ்ட் எடுக்க
என்ன பயம்
தலை குளித்துவிட்டு
துண்டை விட்டுத் துடைப்பது போல்தான்
என்றார் அவர்
மருத்துவர்களின்
சொற்கள்
சொற்கள் மட்டுமா
மருந்து பூசிய மயிலிறகும் அஃதே.

மரங்களின் நட்சத்திரம்

விழுந்த பின்னும் பயன் தர
மரங்களால் முடிகிறது.
மறைந்த பின்னும்
எங்களுக்கு
எதையோ சொல்கிறீர்கள் விவேக்
எங்களால் எப்போதாவது
புரிந்துகொள்ள முடியும்.
இதயம் மரத்துப் போயிருக்கும்
எங்களின்
இப்போதைய ஆதங்கம்
அந்த வைரஸ் மீது மட்டுமல்ல.
எங்கு சென்றாலும்
அங்கும்
சின்னக் கலைவாணராகத்தான்
பேசுவீர்கள்.
பறவையானாலும்
கோடி மரங்களை நடுவீர்கள்.
அகால மரணம் என்பதன் பொருளை
விதம் விதமாக எழுதிப் பார்க்கும்
ஒரு விநோத காலத்தில் சொல்கிறேன்.
சென்று வாருங்கள் மரங்களின் நட்சத்திரமே.

அம்மாக்களுக்கு ஆயிரம் குழந்தைகள் இருக்கலாம்

முப்பது நாற்பது பேர் நின்ற
கூட்டத்தில்
என்னைப் பார்த்து
அம்மா என்றது ஒரு குரல்
என் குழந்தையின் குரல்
இப்படியிருக்காது...
திரும்பினேன்
சாரி ஆண்ட்டி எங்கம்மா மாதிரியே இருந்துச்சு
திரும்பும் ஒரு நொடிவரை
அவள் அம்மாவாயிருந்த மிதப்பில்
அம்மாண்ணே கூப்பிடலாம்
என்றேன்
பதிலுக்கு அவள் உதிர்த்த சிரிப்பில் தெரிந்தது
குழந்தைகளுக்கு ஒரு அம்மாதான் இருக்க முடியும்
அம்மாக்களுக்கு ஆயிரம் குழந்தைகள் இருக்கலாம்.

பைத்தியக்காரத்தனத்துக்குப் போதுமானது

நமக்கு நடுவில்
அழகிய பெரும் கண்ணாடிக் குவளையில்
உனக்கான
ஐஸ்கிரீம் இருந்தது.
பாதியாய் வெட்டிப் போட்டிருந்த
அந்த செந்நிற ஸ்ட்ராபெரி
என் இதயத்தின் ஒரு துண்டு என்று தோன்றிய
அந்த நொடியை சபிக்கின்றேன்
அடுத்த முறை மரக் கரண்டியில் அதை
எடுத்து சாப்பிட்டால்தான்
உன் நேசம் உண்மை எனக்
காத்திருந்த நொடியிலிருந்து
நீ பேசுவதிலிருந்த கவனம்
மரக் கரண்டிக்கு மாறியது.
உருகும் பனிக் குழைவின் மேலிருந்து இதயம்
ஆழத்திற்குச் சென்றுகொண்டேயிருந்தது.

அலைபேசி அழைத்ததும்
பேச ஆரம்பித்தாய்
நடுங்கிக்கொண்டிருந்த
இதயத்தைக் காணப் பொறாது
வெளியே வந்துவிட்டேன்.
டிஷ்யூத்தாளால் வாயைத் துடைத்தபடி வந்த
உன்னிடம் கேட்டிருக்கலாம்
ஸ்ட்ராபெர்ரியை சாப்பிட்டாயா என்று
இல்லை என்ற பதிலைவிட
சாப்பிட்டிருக்கக்கூடும்
என்று நினைத்துக்கொள்வது
இந்த நொடிப் பைத்தியக்காரத்தனத்துக்குப்
போதுமானதாயிருக்கிறது.

நகங்களைக் கத்தரிப்பதும் கவிதை எழுதுவதும்

நகங்களைக் கத்தரிப்பதும்
கவிதை எழுதுவதும் வேறு வேறு அல்ல
தாதியின் கையிலிருந்து
வாங்கிய புதுக் குழந்தைக்கு
நகத்தைக் கத்தரித்து
முடிக்கும்போது
நீங்கள்
இருபது பிறை நிலாக்களைக்
கையகப்படுத்தியிருப்பீர்கள்.
நினைத்த மாதிரி
நீட்டவும் மடக்கவும் முடியாத
உங்கள் வயது கூடிய
அன்னையின் கால் நகங்களைக்
கத்தரித்து முடிக்கும்போது
நீங்கள்
அம்மாவாக ஆகியிருப்பீர்கள்.

கரும்புச் சாறு

கரும்புச் சாறு பிழியும்
இயந்திரம் அருகே நின்றிருந்தாள்.
சேலைக்கு மேல் ஆண் சட்டை அணிந்து
உதவிக்கு யாருமின்றி
தனியளாய்ச் சுழன்றாள்.
எரிபொருளை நிரப்பி
ஒரு சுழற்று சுழற்றிச் சரி பார்த்தாள்
கரும்பிற்குள் இஞ்சி எலுமிச்சை செருகினாள்.
ஃப்பர, ஃப்பர சப்தமெழ
கன்னல் சாறு பெருகியது.
குவளையுள் ஊற்றத் துவங்கிய நொடியில்
கேட்டார் அவர்
பாப்பா இன்னைக்கு வர்லியா?
எந் தங்கச்சி வந்ததுனு
வீட்லயே விட்டுட்டு வந்தேன்
என்றபடியே அதிகதிகச் சாறைக்
குவளையுள் வார்த்தாள்.
புல் மேயும் இடத்தில்
வீட்டிலுள்ள கன்றை நினைத்ததும் பால் சுரந்ததென்ற
கடவுளின் பாடல் கசிந்தது.
மனிதர்களின் பாசுரமும் அதுதான்.
குழந்தைக்காகச் சுரக்கும்
கருணையைத்தான்
ஆளுக்குக் கொஞ்சமாய்க்
கையேந்திக் கொள்கிறோம்
எல்லோரும்.

அவன் வானத்தையே பார்த்துக்கொண்டிருந்தான்

மரத்தடியில் இருந்த
கல் இருக்கையில் அமர்ந்தார்கள்
ஏதோ ஒன்று உறுதியாய்ச் சொன்னது
அவர்கள்
கணவனும் மனைவியும்தான்
என்னை கவனிக்கவேயில்லை
என்னைத் தவிர யாருமில்லை
அவள் மடியில் தலை கவிழ்த்தாள்
குலுங்கிய அவள் முதுகை
கொஞ்சம் நீவினால் என்ன
கிராதகன்
வானத்தைப் பார்த்துக்கொண்டிருந்தான்.
நிமிர்ந்து தொண்டையை நீவினாள்
கொஞ்சம் அவளுக்குத்
தண்ணீர் கொடுத்தால் என்ன
இரக்கமில்லாதவன்

வானத்தையே பார்த்துக்கொண்டிருக்கிறான்.
கேவல் சத்தம் எனக்குக் கேட்டது
நான்கு வார்த்தை ஆறுதலாய் பேசினால் என்ன
படுபாவி
வானத்தையே பார்த்துக்கொண்டிருக்கிறான்.
கண்ணீர் கன்னத்தில் வழிந்ததைப்
பார்க்க முடிகிறது என்னால் இங்கிருந்து.
கைக்குட்டையைக் கொடுத்தால் என்ன
மரமண்டை
வானத்தையே பார்த்துக்கொண்டிருந்தான்.
போகலாம் என்பதாய்த்
தலையாட்டினாள் அவள்.
தூரத்தில் போய்க்கொண்டிருக்கும்
இருவரின் முதுகும் தெரிந்தது.
ஓடிப்போய் அவரின் கைகளைப்
பற்றிக்கொள்ளத் தோன்றியது.

புத்தக நாளில் பறக்கும் முத்தம்

மருத்துவமனை செவிலியிடம்
தன் கடைசி நாளுக்கு
முதல் நாளில்
படிக்க ஒரு புத்தகம் கேட்ட
அப்பாவை
நினைத்துக்கொள்கிறேன்
ஒவ்வொரு
புத்தக நாளிலும்.
அப்பா படித்த கடைசி புத்தகத்தை
கருவூலமென
பத்திரப்படுத்திய
அக்கா சொல்கிறாள்
அப்பாவைப் பார்க்கணும் போல்
தோன்றும்போதெல்லாம்
அந்தப் புத்தகத்தைப் பார்த்துக்கொள்கிறேன்
அப்பாவின் எந்தப் புகைப்படத்திலும் விட
இந்தப் புத்தகத்தில்
அழகாகத் தெரிகிறார்
என்ற அக்காவுக்கு
ஒரு பறக்கும் முத்தத்தை
அனுப்பி வைக்கிறேன்
இந்தப் புத்தக நாளில்.

புத்தகங்களும் கொஞ்சம் திட்டிவிட்டுப் பிறகு சிரித்திருக்கும்

புத்தகங்களைப் படித்த இடத்தில் வைத்துவிடுவதை
எடுத்து வைக்கும் அம்மா
பிஸ்கட் சாப்பிடும்போது படிக்காதே
புத்தகத்தில் பால் வாசம் என்று திட்டும்போது
கோபம் கோபமாய் வரும்.
அதற்கப்புறம் உருளை சிப்ஸ் வாசம்
பிறகு பூ வாசம்
ஒரு கட்டத்தில் மறுபடியும் பால் வீச்சம்
அப்புறம்
புளிக் குழம்பு வாசம்
இப்போதெல்லாம்
புத்தகத்தில் மருந்து வாசம் வீசுவதாய்ப்
புலம்பும்போது
கோபம் வருவதில்லை
அம்மா மருந்துகளை சரியாய்
சாப்பிடுவது தெரிந்து
சிரிப்பு வருகிறது.
சமையலறைக்குள் வரும் என் புத்தகங்களும்
ஏழு கழுதை வயசானாலும்
எடுத்த இடத்தில் புத்தகத்தை
வைக்காதவள் இவள் என்று
அம்மா போலவே
கொஞ்சம் திட்டிவிட்டுப்
பிறகு சிரித்திருக்கும்.

அணில் என்றால்

மரக் கிளையிலிருந்த
அந்த அணில்
கருப்பு நூல் போல் நகரும்
எறும்பு வரிசையை உற்றுநோக்கும்வரை
நினைத்திருந்தேன்
அணில் என்றால்
முன்னிரு கைகளால்
பழம் பிடித்து உண்ணும்
என்று.

கொண்டலாத்திக் குருவி

அந்தக் குழந்தையைப் பார்த்தவுடன்
கொண்டலாத்திக் குருவியே
என்றேன்.
அன்னையின் இடுப்பில் இருந்த அவள்
திரும்பிப் பார்த்து
உச்சிக் குடுமியை
ஒரு முறை
ஆட்டிச் சென்றாள்.
அவளைத்தான் அழைத்தேன் என்பது
என்னையும் அவளையும் தவிர
அவள் அன்னைக்கும் தெரியவில்லை.

கருப்பராயன் அப்பத்தாவைப் பார்த்து நடுங்கிக்கொண்டிருப்பார்

சிவராத்திரி முடிந்து
இரண்டு வாரம் தாண்டி
மறு பூசை நடக்கும்.
பரம திருப்தி அப்பு
கட்டுக் குலையாம இருக்கணும்
என்று சாமியாடி
திருநீறு கொடுத்துப் பானக்கம் குடித்ததும்
இலை போடுவார்கள்
குழந்தைகளுக்கென்று தனிவரிசை
ராத்திரி ஒரு மணிக்கு
சாப்பிடுகிறார்களா சாமியாடுகிறார்களா
என்று தெரியாது.
பரிமாற வரும் அக்காள்
தங்கை குழந்தைகளுக்கு எச்சுக் கறியை
வைக்காதது போல வைத்துச் செல்வாள்.
தங்கச்சி பரிமாறவரும்போது

அக்காள் குழந்தைகளுக்கு
எலும்பில்லாத கறி அதிகமாய்
வைப்பாள்.
கடும் சைவக்காரி பெற்ற மூவருக்கும்
ஆளாளுக்கு துண்டுகளைப் போட்டுக்கொண்டேயிருப்பார்கள்.
தனியே பொறுக்கி வைத்த ஈரல் துண்டுகள்
எல்லாக் குழந்தையின் இலையிலும் இருக்கிறதா என்று
கண்ணைச் சுருக்கிப் பார்த்துக்கொண்டிருக்கும்
அப்பத்தா பக்கத்திலிருந்து
எல்லாவற்றையும் பார்த்துக்கொண்டிருக்கும் கருப்பராயன்
அப்பத்தாவைப் பார்த்து நடுங்கிக்கொண்டிருப்பார்.
ஆட்டுக்குட்டி கூட
தன் குடும்ப அமைப்புக்குத்தான்
என்று உறுதியாய் நின்ற அப்பத்தாவை
நினைத்துக்கொள்கிறேன்
ஆக்சிஜன் என்றும்
ஆலை என்றும் பேசும்போது.

நாய்ச் சனியன்

மரணத்தைக் கண்டு பயப்படவில்லை
நான் வளர்க்கும்
இந்த நாய்ச் சனியன்
நானில்லைனா
சோறு தின்னு தொலையாது
என்னும் ஒரு மனிதரை
எனக்குத் தெரியும்.

பெற்றவர்களை வளர்க்கும் குழந்தைகள்

எரி பொருள் நிரப்புமிடத்தில்
திடீரென்று கனரக வாகனமொன்று திரும்ப
சுதாரித்துக் கொண்ட அவள்
முன் நின்ற வாகனக் கண்ணாடியில்
மோதி நிறுத்தினாள்
பிரேக்கை அழுத்திப் பிடித்த
இடக்கை விரல் வலி வலி என்றது
'நல்லவேளை எங்க வண்டிக் கண்ணாடி
உடையல
பார்த்தா படிச்சவங்களாட்ட தெரிரீங்க'
பெருங்குரல் எடுத்தாள்
கைக் குழந்தையைத் தோளில் சாய்த்தவள்.
நல்லாத் திட்டணும் என்று திரும்பியவளின்
விரலை நோக்கி உதடு குவித்து
ஊதியது குழந்தை.
வலிக்கலை என்று தலையாட்டி
கையசைத்தாள்.
குழந்தை வளர்ப்பு என்பது கலை
பெற்றவர்களை வளர்க்கிறார்கள்
குழந்தைகள்.

நீக்க முடியாத ஊவா முள்

"வெற்றி பெறுபவன் நான்
அதைக் கொண்டாட விடாமல்
செய்பவள் நீ"
என்ற கவிஞர் கலாப்ரியாவின்
கவிதைதான்
நேற்றிலிருந்து
தோன்றித் தோன்றி மறைகிறது.
கனவிலோ நனவிலோ
சிற்றாடைப் பெண்கள் கூட்டம்
மேற்கு நோக்கி
மண்ணை வாரி வாரி வீசுவதாய்
ஒரு பிரமை நேற்றுமுதல்.
இளநீர் மண்ணிலிருந்து
தைத்திருக்கிறது
நீக்க முடியாத
ஓர் ஊவா முள்.

ஒன்று போலத்தான்

என் அம்மாவின் பெயர்
பார்வதி
உன் அம்மாவின் பெயர்
லீலாவதி
பசிக்கும்போது
இரண்டு பேரும்
ஒன்று போலத்தான்
சத்தமிடுகிறோம்
அம்மா...
சாப்பாடு போடும்மா.

நம்ப முடிகிறதா?

நம்ப முடிகிறதா
ஒரு தேர்வுக் கூடத்திற்கு
சென்று திரும்பியிருந்தால்
ஒரு நாற்காலியில்
உட்கார்ந்திருப்பாள்
ஒருத்தி.

நம்ப முடிகிறதா
ஒரு மருத்துவரைச் சந்தித்துத்
திரும்பியிருந்தால்
தன் குழந்தையின் தகப்பனைப்
பிடித்து வைத்திருப்பாள்
ஒருத்தி.

நம்ப முடிகிறதா
ஒரே ஒருமுறை
தன் தாய்வீடு சென்றிருந்தால்
புகுந்த வீட்டில் தீ தின்னப்படாமல்

ஒருத்திக்கு மகளாக
உயிர் தப்பியிருப்பாள்
ஒருத்தி.
நம்புங்கள்
ஒரே ஒரு பேருந்துப் பயணம்
ஒருத்திகளின்
பயணங்களை மாற்றும்.

ஆகவேதான்
இன்று
சொல்கிறோம்
வாழிய வாழிய.

தேநீரின் வசீகரம்

ஒரு தேநீர்
தேநீராக மட்டும்
இல்லாமல் இருப்பதில்
இருக்கிறது
அதன் வசீகரம்.

இருபத்து நான்கு ஆண்டுகளும் ஒரு தேநீர்க் கோப்பையும்

அதுக்குள்ள குடிச்சுட்டயா...
சீக்கிரம் குடி லேட்டாயிடுச்சு...
இரண்டு வாக்கியங்களுக்கு நடுவில்
இருபத்து நான்கு ஆண்டுகளும்
ஒரு தேநீர்க் கோப்பையும் இருக்கிறது.

இனிப்புக் கேசரி செய்வது மிகச் சுலபம்

இந்த இரண்டாம் அலை வீசும்
நோய்மைக் காலத்தில்
இனிப்புக் கேசரி செய்வது மிகச் சுலபம்
ஒரு டம்ளர் வறுத்த வெள்ளை ரவைக்கு
அதே டம்ளரில் மூன்று தண்ணீர்
அதே டம்ளரில் இரண்டு சர்க்கரை
கொஞ்சம் நெய் போதும் முந்திரியும்
பழைய நகைச்சுவை என்றாலும்
மறக்காமல் அடுப்பைப் பற்ற வைக்கவும்
அவ்வளவே
செய்து முடித்ததும்
சாப்பிட்டுவிடவேண்டும்
குறிப்பாக
அலைபேசியை தூர வைத்துவிடவும்
கடவுச் சீட்டு அளவுள்ள
கண்ணீர் அஞ்சலிப் படங்கள்
வரத் துவங்கும் முன் விழுங்கிவிடவும்.
கேசரி செய்வது மிகச் சுலபம்
கடைகள் அற்ற காலத்தில் வரும்
சின்னவனின்
பிறந்தநாள் கேக்குக்கு பதிலியாய்
இதை
நம்பவைப்பதுதான் கடினம்.

நகைச்சுவை கண்ணீர்க் கதைகளாகும் காலம்

முன்னொரு காலத்தின்
நகைச்சுவை
கண்ணீர்க் கதைகளாகும் காலம் இது.

செல்லமுத்துவுக்குக்
குடம் உடைத்துக் கொள்ளிவைத்த பின்தான் தெரிந்தது
செல்லமுத்து அல்ல என்று
மூன்று நாள் வரிசையில்
காத்திருந்து
மின் மயானத்துக்குள் இடம் பிடித்த செல்லமுத்துவுக்கு
போன
செல்லமுத்துவின் பையனும்
இந்த செல்லமுத்துவின் பையனுமாய்
இருவர் கொள்ளிவைத்தனர்

அந்த செல்லமுத்துவுக்கு வந்திருந்த
மூன்று பேரும்
இந்த செல்லமுத்துவுக்கு வந்திருந்த
ஐந்து பேரும்
இந்த மாறிய கதையை
இந்த செல்லமுத்து மனைவிக்கும் சொல்லவில்லை
அந்த செல்லமுத்து மனைவிக்கும்
சொல்லவில்லை.

செல்லமுத்துதானா என்று
செல்லமுத்துவிடமே ஒரு முறை
கேட்டிருக்கலாம்
என்று ஒருவர்
நிறை தள்ளாட்டத்தில் சொல்லிக்கொண்டேயிருந்தார்.

மரண வரிசையை மாற்றிக்கொண்டே இருக்கும் காலம்

ஒரு பைத்தியக்காரனைப் போல
மரண வரிசையை
மாற்றிக்கொண்டே இருக்கிறது
இந் நோய்மைக் காலம்.
முன்னே நிற்பவர்களுள்
ஒரு கைப்பிடி அளவு எடுத்து
வரிசையின் இடைச்செருகலாக்கியதில்
அப்பா பின்னுக்கும்
மைந்தன் முன்னுக்கும்
மாறிப்போகிறார்கள்.
மகன்களுக்கு உயிர்க்காற்று வேண்டி
உலர் சருகு போல் அலைவுறுகிறார்கள்
தள்ளாத வயதுத் தகப்பன்கள்.
கரும் கண்ணீர்ப் புகையாய்
ஓய்வின்றி அழுதுகொண்டேயிருக்கின்றன
எரியூட்டிகள்.

இன்னொரு வீட்டைக் காட்டித் தேற்றும் காலம்

துக்கத்தால் தேம்பிக்கொண்டிருந்த
ஒரு வீட்டை
அதே தெருவின்
மூன்று இழப்புகள் கண்ட
இன்னொரு வீட்டைக் காட்டித்
தேற்றிக்கொண்டிருந்தது காலம்.
அறம் பிறழ்ந்த காலத்தின் செய்கை கண்ட
இத் தெரு
தலையிலடித்தபடியே
அடுத்த தெருவிற்கு வளைந்து சென்று
மறைந்தது.

இல்லாமல் போனவனின் அலைபேசிப் பாடல்

அவனின் அலைபேசிதான்
அழைத்தது.
யாராவது அவன் வைத்த பாடலையாவது
மாற்றியிருக்கக் கூடாதா
அவனுடைய மனைவிக்காக
சில நல்ல வார்த்தைகளை
அவசரமாக சேகரித்தேன்
அவனுடைய மகள் பேசினாள்
உங்க புத்தகம் இங்கிருக்கு
எப்பக் கொண்டு வந்து தரட்டும் என்றாள்.
வேண்டாம் அதை உனக்காகத்தான்
கொடுத்தேன்
நீயே வைத்துக்கொள் என்று
ஒரு பொய் சொன்னேன்.
திரும்ப வாங்கும்போது
என்னால் தூக்கமுடியாத கனம்
அதில் கூடியிருக்கும்
என்று எனக்குத் தெரியும்.

அந்தக் கீழ் வீட்டுப் புள்ளைக்கு

தலைநகரில் தனியாக வீடு எடுத்து
சமைக்கத் தெரியாமல்
உப்புமா செய்ததாய் நினைத்து
தயாரித்த
வெள்ளை ரவைப் பசையைத்
தூக்கி எறிய வக்கில்லாமல்
சர்க்கரை தூவித் தின்றுகொண்டிருக்கையில்
அவன் அம்மா ஊரிலிருந்து கேட்டார்
தம்பி என்ன சாப்பிட்டப்பா
அம்மா கீழ் வீட்டு அக்கா
மீன் குழம்பு கொடுத்தாங்க
என்று சொன்ன பொய்க்கு
மகிழ்ந்து போன அம்மா
தட்டைக் கழுவி சாப்பிட உட்கார்ந்தபோது
நினைத்துக்கொண்டாள்
பஸ்செல்லாம் ஓடும்போது
அந்தக் கீழ் வீட்டுப் புள்ளைக்கு
நாலு தேங்காய் கொண்டுட்டுப் போகணும்.

செண்பகப் பூ

வேறு யாருக்கும் தராமல்
எனக்கு மட்டும் ஒரு செண்பகப் பூவை
மடிச் சேலையில் சுற்றி எடுத்துவரும்
உன்னை
இனிப் பார்க்க முடியாது என்றார்கள் நேற்று
அதெப்படி உன் வீட்டு மரம் மட்டும்
பலாச் சுளை போலவே பூக்கிறது
என்று நான் சொல்லும்போது
உன் முகமும் செண்பகமாகிவிடும்
வெற்றிலைச் சிவப்புடன் போட்டிபோடும்
உன் சிவப்பு நிறம்
வயது ஐம்பதுக்கு மேல் என்பதை நம்பவிடாது.
உன் இளம் வயதுப் பழங் கதைகள் பற்றி
எத்தனையோ ஏடாகூடமாய்
எத்தனையோ பேர் என்னிடம் சொன்னாலும்
உன் ஒற்றைச் சிரிப்பால்
எனக்குள் ஒரு தனி நாற்காலியை
உனக்கென இழுத்துப் போட்டுக்கொள்வாய்.

உன் ஊரின் நான்கு பேருக்கு
வருடக் கணக்காக
தீபாவளிச் சேலை எடுக்கிறேனே
நீ ஏன் கேட்டதேயில்லை என்று நினைத்தேன்
இந்த முறை
செண்பக நிறத்தில் உனக்கொன்று
எடுக்க நினைத்திருந்தேன்.
ஒரு செண்பகம் போலவே
நீண்டு குவிந்த
என் நேற்று முழுக்க உன் வெற்றிலை மணம்.
உன்னைக் கடைசியாய்ப் பார்க்க முடியாத
இந் நோய்மை இடர் மீது
ஒரு கைப் பிடி மண் எடுத்து வீசுகிறேன்.
நீ சென்று வா.
நான் ஒரு செண்பகப் பூவைப் பார்த்துக்கொள்கிறேன்.

எப்போதும் போல்

வீட்டின் முன் இருக்கும் மரம்
எப்போதும் போல்
பூத்துக்கொண்டிருக்கிறது.
மரம் நட்டவனும் இல்லை.
நீரூற்றியவளும் இல்லை.
அந்த வீட்டின் குழந்தை
எப்போதும் போல்
சிரித்துத் தவழ்ந்துகொண்டிருக்கிறது.

இன்று மிதிவண்டியின் நாள்

ஒரு ரூபாய்க்கு
வாடகை சைக்கிள் எடுத்து முட்டி உடைந்த
அடுத்த நாள் காலையிலேயே
மறுபடியும்
ஒரு ரூபாய் தந்தார் அப்பா.

இரண்டு கைகளையும் விரித்தபடி ஹேண்ட்பாரைப்
பிடிக்காமல்
பறந்ததை
அப்பா பார்த்திருக்கக் கூடும்
இல்லாவிட்டால்
எப்படி வான நீல நிறத்தில்
மிதிவண்டி வாங்கித் தந்திருப்பார்.

எனக்கப்புறம் ஓட்டிய தங்கை
நீலு என்று அதற்குப் பெயரிட்டபோது
என் சைக்கிளல்ல
அது அவள் சைக்கிள்.
பலர் ஓட்டுவார்கள்
என்னைப் போல்
சிலர் மட்டுமே உயிர் ஊட்டுவார்கள்
என் ராஜியைப் போல்

முதல்முறை மிதிவண்டியை
ஓட்டியபோது
பறப்பது போல் இருக்கு என்றேன்.
தாவணியை ஒழுங்காக

இடுப்பில் செருகிவிட்டு ஓட்டு
என்றாள் அம்மா.

ஈருருளி என்ற பெயர்
ஆண்களுக்கு மட்டுமாகட்டும்
இரு சிறகி என்பது
எங்களுக்காகட்டும்.

(இக் கவிதை என் அருமை Shalini Ganesan ஷாலுக்காக).

மகள் எனக்குப் பின்னலிடுகிறாள்

திடீரென்று யாரோ
புறா இறகுகளாலான ஒரு சீப்பைக் கையளித்துச் சென்றதாய்
ஒரு குளிர்மை சிகையேறுகிறது.
நான் அமர்ந்திருக்கிறேன்
அவள் நின்றிருக்கிறாள்
சீப்பைத் தன் தலையில் செருகிக்கொள்வதை
அவதானிக்கிறேன்
இளவரசிகளின் கிரீடம் போல்
சீப்பு ஒரு அழகுப் பொருளாவதை
அவதானித்துத்
திரும்ப எத்தனிக்கிறேன்
அம்மாவாக மாறி ஒரு சொடுக்கு
சொடுக்குகிறாள்.
திரும்பாமலே
சொக்கிப்போகிறேன்.
பெண்பிள்ளைகளின் அம்மாக்கள்
புதிது புதிதாய் ரூபம்கொள்கிறார்கள்.
ஆண்பிள்ளைகளின் அம்மாக்களுடைய
அலங்காரம் பற்றி
சொல்வதற்கென்ன இருக்கிறது
பாவம்.

சண்முகம் தாத்தா இன்று இருந்தால்

வயல் அறுப்புக்கு முன்
விளைந்து கிடக்கும் வயலைத் தொட்டு
கண்களில் ஒற்றிக்கொள்வார்
பொட்டுக் கடலையைக் கரும்புச் சர்க்கரையுடன் கலந்து
பொட்டுப் பொடுசுகளின் கை நிறையக்
கொடுக்கும் சண்முகம் தாத்தா
நடு வயலிலிருந்து ஒரு கதிரை ஒடித்துவருவார்
முத்து முத்தாய் உருண்டு தெரியும்
நெற் குமிழிகளை எண்ணுவார்
ஒவ்வொரு பத்து மடங்குக்கும்
ஒரு விரற்கிடை ரேகையைக்
கட்டை விரலால் தொடுவார்
இத்தனை சலகை வீடு வந்து சேரும் என்பார்
கலப்பை பிடிச்சவன் கணக்கு தப்பாது என்பார்
இன்று இருந்தால்
டிராக்டர் ஓட்டிப் போராடியவன் கணக்கு ஒருபோதும் தப்பாது
என்றிருப்பார்.

விதைச் சொற்கள்

ரெண்டுங் கெட்ட ராய்த்தாள்
என்று திட்டுபவரைப் பார்த்து
சிரித்தபடியே கேட்கிறாள்
ராய்த்தாள்னா என்ன
அது ஏன் கெட்டுப்போகணும்
மெல்லத் தொலைவது
நாட்டு விதைகளும்
நாட்டுச் சொற்களும்

தொடவேண்டிய காலத்திலேயே தொடல

கையில் தொட்டிலாய் ஆடும்
எலும்புமுறிவுக் கட்டோடு
நடந்தவளின் பக்கம் நின்றது
இருசக்கரவண்டி.
கார்க்காரன் எங்கே
காரைப்பாத்துதான அந்தக்காலத்துல
எங்களை எல்லாம் விட்டுப்போட்டு
அவனுக்குக் கட்டிவச்சாங்க என்றான்
அப்போதும் பேசவில்லை அவள்..
பங்காளி வெளியூர்க்கா என்றான்
அப்போதும் பேசவில்லை அவள்
காலேஜ்படிக்கற மைனர் எங்க
இப்படி ஆத்தாள
நடக்கவிடுவானாக்கும் என்றான்
அப்போதும்பேசவில்லை அவள்.
உயிரை விடும்வரை உலோகத்தை மாற்றப்பார்க்கும்
ரசவாத வைத்தியர்போல பிடிவாதமாய்
நடந்தாள் அவள்.
அறுந்த செருப்போட நாலு மைல் நடக்க முடியாது ஏறு
என்றவனின் இரங்கிய குரல்
அவளை வண்டி ஏற்றியது.
கொஞ்ச தூரம் போன பின் சொன்னாள்
தொடவேண்டிய காலத்திலேயே தொடல
காலம் போன காலத்துலயா தொடப்போற
நல்லா பின்னாடி தள்ளி உட்கார்ந்து ஓட்டு.
முன்னாடி விழுந்திராத.

ஜே. மஞ்சுளாதேவி

கவிஞர் **ஜே.மஞ்சுளாதேவி**

உடுமலைப்பேட்டையைச் சேர்ந்தவர். 'வானம்பாடி கவிதை இயக்கம்' பற்றி தனது முனைவர் பட்டத்திற்காக ஆய்வு செய்தவர். 'பாப்பாவின் நட்சத்திரம்', 'சுற்றிலும் மனிதர்கள் நகர்ந்துகொண்டே இருக்கிறார்கள்', 'நிலாத் தெரியாத அடர்வனம்' ஆகிய மூன்று கவிதைத் தொகுப்புகள், இதற்குப் பிறகு 'உழத்தி', 'இனி ஒருபோதும் கடவுளுடன் பேசமாட்டோம்', என்ற இரு கவிதை நூல்கள் வந்திருக்கிறது. 'கவிதையே வாழ்வாக' என்ற கட்டுரை நூல் வந்துள்ளது. மனிதர்களின் நம்பிக்கை தரும் முகத்தை, அன்பால் கனிந்த பக்கத்தைத் தனது கவிதைகளில் தொடர்ந்து பதிவு செய்து வருபவர். கவிஞர் சிற்பிக்கும் கோவை ஞானிக்கும் மாணவி என்றே இவரைச் சொல்லலாம். திருப்பூர் அரிமா சங்கத்தின் 'சக்தி' விருது (2016), 'நெருஞ்சி' இலக்கிய விருது (2017) உள்ளிட்ட விருதுகளை தனது கவிதைகளுக்காகப் பெற்றுள்ளார். இது இவரது நான்காவது கவிதைத் தொகுப்பு.

www.ingramcontent.com/pod-product-compliance
Lightning Source LLC
LaVergne TN
LVHW040818051026
849519LV00007BA/2664
* 9 7 8 9 3 9 3 8 8 2 2 8 8 *